கற்பனையின் காதலி

கண்ணம்மா

கதிர் கார்க்கி

ஏலே பதிப்பகம்

Fantasy's Lover

Kannamma

Nisha Kalanjiam

ஆசிரியர் : கதிர் கார்க்கி

மொழி பெயர்ப்பு : நிஷா களஞ்சியம்

Kathirkarky@gmail.com

கற்பனையின் காதலி கண்ணம்மா
கவிதை மற்றும் மொழி பெயர்ப்பு
ஆசிரியர் : கதிர் கார்க்கி 2023 ©
முதல் பதிப்பு : 2023

Karpanaiyin Kaadhali Kannammaa
Poetry and Translation
All rights reserved

By Kathir Karky 2023 ©

First Edition : 2023
Cover Design : Mozhi Creations
Cover Photo : Aasha Kalanjiam

ISBN : 978-81-19332-71-7

AELAY PUBLICATIONS,
5/175,Fathima nagar,
Kuthenkuly,
Tirunelveli - 627104
Cell - 9944992571

கதிர் கார்க்கி

கதிர் கார்க்க

NISHA KALANJIAM

என்னுரை

காதல் விதிகளை மாற்ற வல்ல அற்புத மாயை. காதல் வெட்கம், தேடல், பிரிவு, பரிவு, வலி, வேதனை, மகிழ்ச்சி, புத்துணர்ச்சி, காமம் என உலக உணர்வுகளை எல்லாம் தர தயங்குவதில்லை. அத்தனை உணர்வுகளுக்குமான ஒற்றை பெயர் தான் காதல். அப்படி என்னுள் எழுந்த உலக உணர்வுகளை ஒருங்கிணைத்து கண்ணம்மாவிற்காக எழுதிய கவிதைகள் இங்கே ஒருங்கிணைக்கப்பட்டுள்ளது.

இந்த கவிதை என்னை கற்பனையாகவும் என்னவளை கண்ணம்மாவாகவும் பாவித்து அவளுடனா என் உறவை உணர்வை வரிகளாக தீட்டியுள்ளேன். அவளது தொடுதலும், இதழ் சிணுங்களும், விழிகளும், மொழிகளும் கற்பனை நகரத்தில் காலமும் வலம் வரும். கற்பனையின் காதலி கண்ணம்மாவிற்கு சமர்ப்பணம்.......

உணர்வுகள் மொழிகளுக்கு அப்பாற்பட்ட ஒன்று, இந்த உணர்வுகளை தமிழ் மொழியில் மட்டுமில்லாது ஆங்கிலத்திலும் கடத்தியுள்ளோம். ஆங்கிலத்தில் உணர்வுகளை கடத்த துணை நின்ற அன்பு அக்கா நிஷா களஞ்சியம் அவர்களுக்கு நன்றி. மேலும் உறுதுணையாக நிற்கும் அனைத்து நல் உள்ளங்களுக்கும் நன்றி.

அன்பின்,

கதிர் கார்க்கி

Nisha Kalanjiam

ACKNOWLEDGEMENT

As a translator of **Fantasy's Lover Kannamma** *, the poems written by Kathir Karky are truly captivating. Here each poem beautifully captures the longing and affection one has for their beloved. I am really impressed with the heartfelt expressions and vivid imagery while translating. The metaphors and symbolism used here will allow the reader to feel the emotions we are conveying . Overall as a translator of the book* **Fantasy's Lover Kannamma** *I would say it's a heartfelt collection that showcases the depth of emotions , drawing the reader into their world of love and longing.*

Finally it is a special moment to acknowledge and thank my parents and well-wishers who have supported me throughout this journey. Their love, guidance, and encouragement have been instrumental in my success as a translator. Additionally, my heartfelt appreciation towards my brother, Kathir Karky, who provided me with this opportunity, showcases the importance of familial support and collaboration. It is through their belief in my abilities that I have been able to embark on this poetic journey.

Beloved,

Nisha Kalanjiam

கற்பனையின் காதலி

கண்ணம்மா

கதிர் கார்க்க

எ‌ன் வெ‌ற்றி‌க்கு

நீ தரு‌ம்

ஒ‌த்த மு‌த்த‌த்தி‌ற்காக

மன‌ம் வெ‌ற்றியை

நோ‌க்கி நக‌ர்கிறது

க‌ண்ண‌ம்மா

My power of thoughts

Move towards the glory ,

Just for getting a single soul kiss

From you

My Kannamma!

Nisha Kalanjiam

பேருந்துச் சாளர

இடுக்குகளில்

வீசாமல் வீசி

உரசாமல் உரசிச் செல்லும்

காற்றும்!

தேயாத பௌர்ணமி

நிலவும்

என் எண்ணம் தொலைத்து

உன்னை நினைக்கச் செய்கிறது

கண்ணம்மா

The breezy air that flows

through the window in bus,

And the waxing crescent,

Intended to lost my thoughts

By making to think about you

My Kannamma!

கதிர் கார்க்க

நீயும்

நானும்

தேயா நிலவும்

முடிவிலி காலம்

பயணம் கொள்வோமா?

கண்ணம்மா

Shall we go for a eternal journey

Along with a waxing crescent

My Kannamma !

Nisha Kalanjiam

வேலைகளுக்கு இடையே
உன் குரலைக்
கேட்க ஏங்கிடும்
நொடிகளின் நெருக்கம்
மலைகளைவிடவும்
மதிப்பு மிக்கது
கண்ணம்மா

While longing to

Hear your voice

In the middle of the

Line of work,

Those seconds seems to be greater

Then the great mountains

My Kannamma !

கதிர் கார்க்க

ஒரு கோப்பை
பச்சை தேநீர்
பருகையில் எல்லாம்
உன் ஒற்றைத் துளி
எச்சிலுக்கு ஏங்கிய
நினைவுகள் மட்டும்
சர்க்கரையாக!
கண்ணம்மா

All that time

whilst having a cup of tea,

Thoughts are alike a sugar

Which longs for your

Drop of slobber

My Kannamma!

Nisha Kalanjiam

தூசி தீண்டி வரும்
தும்மலின் போதும்
புதுப் பேனாவைச்
சோதிக்கும் போதும்
தானாக வருவது
உன் பெயர்தான்
கண்ணம்மா

Disturbing dust

Results in sneezing

And when testing the new pen;

Subconsciously your name

Comes along there

My Kannamma!

கதிர் கார்க்க

என் பேனா

சிந்தும் மை

உன் இதழ்கள்

சிந்தும் புன்னகையைச்

சிறைபிடிக்கச் சிந்திக்குதடி

கண்ணம்மா

The shedding ink

Of my pen

Pictures to capture

Your smiling lips

My Kannamma!

Nisha Kalanjiam

உன் இதழ்கள்

தழுவிய தேநீர்

கோப்பையை

என் இதழ்கள்

தழுவையிலே

எச்சில் ஆயினும்

ஏதோ ஒரு ஆனந்தம்

கண்ணம்மா

A kind of joy is there

While sipping the

Tea cup sipped

By your lips

Even it is a slobber

My Kannamma !

கதிர் கார்க்க

ஐந்து நிமிடம்
என் மடியில்
நீ மழலையாக
ஐந்து நிமிடம்
உன் மடியில்
நான் மழலையாக
மாறி மாறி
மறுபிறப்பு எடுத்து
விளையாட ஓடி வா
கண்ணம்மா

Come let's take rebirth

by being as a toddler in my lap

For five minutes ,

I'll be in your lap

As a toddler

For five minutes

My Kannamma!

Nisha Kalanjiam

நீ என் அருகே

இல்லாத போது

நான் கட்டி

அணைத்து தூங்கும்

தலையணைக்கெல்லாம்

உன் பெயர் தான்

கண்ணம்மா

If you are missing

Around me while sleeping

The hugging pillows

Of mine is of your name

My Kannamma!

____

கதிர் கார்த்திக

உன்னை

நம் மௌனத்தோடு

தழுவி நின்றபோது

மீட்டாத வீணையை

வருட துடிக்கும்

காற்றைப் போலானேன்

கண்ணம்மா

While stood embraced

With you in our stillness

I'm like a breeze

That eager to

Sting the Veena

My Kannamma!

Nisha Kalanjiam

உன் சிரிப்பேந்தும்

முகம் ஏனோ

சில்லென்ற காற்றைப்

போல

என்னைச் சிலிர்த்திட

செய்யுதடி

என் ஆசை

கண்ணம்மா

When the cool breeze

Sweeps away me

Your smiling face

Makes me to shiver

My lovable Kannamma !

கதிர் கார்க்க

உன் மனங்கள்

நினைப்பதை

உன் இதழ்கள்

இசைக்கும் முன்னே

உன்னிடம் உளறி

நிற்பதில்

கொள்ளை இன்பம்

காண்கிறேன்

கண்ணம்மா

While blithering in front of you

Finding a bunch of happiness

Before you recite

The words from your thoughts

My Kannamma!

Nisha Kalanjiam

என் அன்றாட

நகர்வுகளை

உன்னிடம் கதைத்திடவே

மனம் கிடந்து

தவிக்குதடி

கண்ணம்மா

My heart was always in urge

To illustrate my daily happenings

My Kannamma!

கதர்   கார்க்க

என் மார்பில்

உன் தலை இருக்கையிலே

தரணியில் அல்ல

தனி உலகில் மிதக்கிறேன்

கண்ணம்மா

I am fluttering

In the lone world

When your head is

Lying in my bosom

My Kannamma!

Nisha Kalanjiam

நம் இதழ்கள்

கொஞ்சி விளையாடும்

அந்த

இரண்டு நொடிகள்

இன்பம் அல்ல

ஆத்ம இன்பம்

காண்கிறேன்!

கண்ணம்மா

Seeing not a pleasure

But a soul pleasure

The moment

When our lips

Shares our love

Just for two seconds

My Kannamma!

கதிர் கார்க்க

உன்னோடு ஊடல்

கொள்ளவே

என் உதடுகள்

நீ விரும்பா

வார்த்தைகளை உளறுகிறது

கண்ணம்மா

My lips blabbers

Those unliked words

Just to have a love quarrel

With you

My Kannamma!

Nisha Kalanjiam

கற்பனையின் காதலி

கண்ணம்மா என்றால்

கற்பனை நான்

காதலி நீ

கண்ணம்மா

If you are a fantasy's lover

I'm the fantasy

You are the lover

My Kannamma!

கதிர் கார்க்க

ஊமை மொழி கற்று

இதமாக

என் விழி நீயும்

உன் விழி நானும்

பார்த்து

மௌன மொழியில்

கதைபாடலாம்

கண்ணம்மா

Let's learn a sign language

And chat through our eyes

In our stillness

My Kannamma !

Nisha Kalanjiam

கனாவில் நாம்

தொடுதூரம் ஒன்றில்

பலமேகம் அமைத்து

விழிமூடி விளையாட

வழி செய்தோம்

கண்ணம்மா

We made a lane

Inbetween the clouds

To have a flutter

In our distanced

Dreamy land

My Kannamma!

கதிர் கார்க்க

நிகழ்காலம் குளிர்காலம்
என் மார்பில் உந்தன்
மூச்சுக் காற்று அனலாக!
இது போதும்
கண்ணம்மா

Your warmth breathe

Touches my bosom

Is enough for me in

the depths of winter

My Kannamma!

Nisha Kalanjiam

பால்வெளியில் பால் நிலவு

என் மார்பில் ஒரு நிலவு

இதைவிட வேறென்ன

வேணும் கண்ணம்மா

It is just enough

When the milky moon is

In the milky way

lies in my heart

My Kannamma!

கதிர்   கார்க்க

பேச்சுக்கு நடுவில்
பேசாத மௌனங்கள்
என்னுள் ஏதோ
விதைப்பதேன்?
கண்ணம்மா

While breaking the silence

Why the unspoken

Words of silence

Are sowing inside me

My Kannamma!

Nisha Kalanjiam

காண்பவை எல்லாம்

உன் முகமாகிடும்

மாற்றங்கள் ஏனடி?

கண்ணம்மா

Why every scenic view

Seems to be as your face

My Kannamma!

கதிர் கார்க்க

நான் உந்தன் தந்தையாய்

நீ எந்தன் தாயுமாய்

நாம் வாழும் வாழ்க்கையில்

காதல் கண்ணீர் சிந்துமே

என் ஆசைக்

கண்ணம்மா

In the life of our living

Love sheds tears when

I am being as a shade of your father

And you as a shade of my mother

My Kannamma!

Nisha Kalanjiam

நீ மீண்டும் பிறந்திடவும்

உன்னை நானே ஈன்றிடவும்

இறைவனிடம் வரம் கேட்பேன்

ஆண் தாயாக

கண்ணம்மா

As a male mother

I will plead a boon from the god

You to born again

And I to give birth to you

My Kannamma!

____

கதிர் கார்க்க

மூங்கில் காட்டை

தொட்டுச் செல்லும்

வாசனைக் காற்றைப் போல

உன்னோடு பேசாத பொழுதெல்லாம்

உன் ஞாபகங்கள்

என்னோடு பேசிக்

கொண்டு இருக்கிறது

கண்ணம்மா

Times when I am

at lost for words

Memories of yours

Are phoning

Alike the scented breeze

Touches upon the bamboo tree

My Kannamma!

Nisha Kalanjiam

நான்

எழுதும் கவிதைகளின்

உணர்வுகள் எல்லாம்

நீ தான்

கண்ணம்மா

The finer feelings of you are

In the scribbles of my poetry

My Kannamma!

கதிர் கார்க்க

கைகள் கோர்த்து
காதல் பாசையில்
நம் கண்கள் பேசிட
நெஞ்சாங் கூட்டில்
வியர்வை தங்கிட
மோகம் ஆறுமா?
நம் காதல் கூடுமா?
கதை பேசடி
கண்ணம்மா

With the love language

Holding the hands

Conveying through our eyes

As the drops of sweat

Sticks in my chest

Will the feelings for you

And our love of us last forever

Utter it

My Kannamma!

Nisha Kalanjiam

உன் விழியில்

வழியும் கண்ணீர் கூட

அமுதவிஷம் ஆகுமடி

கண்ணம்மா

Even the tears that

Sheds from your eyes

Will turn as a medicinal potion

My Kannamma !

கதிர் கார்க்க

உன் பாத சுவடுகள்

பட்ட உடன்

பதைக்க வைத்த

முதுகும் பதமாகி

போகிறது

கண்ணம்மா

Once your footprints

Touches the back

Heals the aching spine

My Kannamma !

Nisha Kalanjiam

உன் வேல்விழி
மொழி பேச
மௌனங்களே
பாசையாக
உன் மௌனங்களில்
காதல் சொல்லடி
கண்ணம்மா

When your eye diction

Starts to speak

Make an offer of marriage

Fulfilled with your

Silent language

My Kannamma!

கதிர் கார்க்கி

உன் மடியில்
கிடைக்கும் மகிழ்வுகள்
எல்லாம்
நிலவின் அருகிலும்
கிடைக்காதடி
கண்ணம்மா

Will not even get the

The source of pleasure

While lying in your lap

Than being near the moon

My Kannamma!

Nisha Kalanjiam

உன் உச்சி வகுடும்
என் உச்சி வகுடும்
சந்திக்கும் நிமிடங்கள்
சந்தத்திலும் எழுதவியலா
மெல்லிசை கவிதைகள்!
கண்ணம்மா

The melody lyrics pops up

The moment when

Our foreheads are meeting up

My Kannamma !

கதிர் கார்க்க

நான் கேட்கும்

பாடல் எல்லாம்

உன்னை மட்டும்

நினைக்கச் செய்யும்

கண்ணம்மா

Those hearing melodies

Make me to think

Only about you

My Kannamma!

Nisha Kalanjiam

இருளிலும் மறைந்து
உடனிருக்கும் நிழலாக
பாவை உன்னைத்
தொடரும் மாயை
நான் கண்ணம்மா

I am the illusion

Following you

As the shadow that

Disappearing into the darkness

My Kannamma!

____

கதிர்   கார்க்க

கண்ணாடி காட்டும்

பிம்பம் கூட

நீயாகி போனல்

எதிலே நான்

என்னை காண?

கண்ணம்மா

If the mirror

Too reflects the image of you

Where could I see my reflection

My Kannamma!

Nisha Kalanjiam

மெய் இரவு
பொய் இரவாய்
போனதென்னமா?
நிகழ்த்திடும் நீயே
நிகழ்வதன் காரணம்
காதோரம் கதைத்திடு
கண்ணம்மா

Why to turn my

middle of the night

To the fancy state of night

As you are the doer

Unveil the causes of occurrence

In my ears

My Kannamma!

கதிர் கார்க்க

வறண்ட உதட்டு வரி

பள்ளங்களில்

காதல் தேன் ஊற்ற

வருவாயா?

கண்ணம்மா

Will you come to pour

The love drops of honey

In dried lips of mine

My Kannamma!

Nisha Kalanjiam

காலமெல்லாம்

என் மேக இதழ்கள்

உன் நுதலை

எச்சில் மழையில்

நனைக்க

கண்ணம்மா

For all the time

Let my lips

Drench your forehead

With love sprinkles

My Kannamma!

கதிர் கார்க்க

ஆழ்ந்த
மௌனத்திலும்
'இறைவி' என்று
உன் பெயரையே
மனம் ஜெபிக்கிறது
கண்ணம்மா

Even in the deep silence

My soul recites "Iraivi"

As your name

My Kannamma!

Nisha Kalanjiam

உன் வெற்றியிலே

என் விழியும்

கொஞ்சம் சிரிக்குதடி

கண்ணம்மா

My eyes too

Have a blooming smile

For your victory

My Kannamma!

____

கதிர் கார்க்க

நீ
துளையில்லா
குழலாய் வந்தும்
என் நெஞ்சம்
காதல் மீட்டும்
கண்ணம்மா

My soul will play

Love music

Even you come as a

Holeless flute

My Kannamma!

Nisha Kalanjiam

உன் காதல்

உணரும்

ஒவ்வொரு நொடியும்

இலையைத் தீண்டும்

மழையாய்க் காதல்

மாறிப் போகுதே

கண்ணம்மா

For all the time

Whenever I'm feeling

Your love ,

Is like a rain drop

That touches the leaf

My Kannamma!

கதிர்   கார்க்க

உன்னிதய ஓசைக்கேற்ப

இனிமைமிகு கவிதை தர

இன்னும் இன்னும் தேடி

என்னை என்னைத் தருகிறேன்

கண்ணம்மா

Time after time

I'm in search of myself

To harmonise the

Melody of your heart

My Kannamma !

Nisha Kalanjiam

உன் மார்புக் குழியில்

நம் வியர்வை நிரப்பி

என் முகமது மூழ்கிய

தருணங்கள் எல்லாம்

நித்தம் இரவுகள்

தேடும்

மீண்டும் மூழ்கல்கள்

ரசிக்க

கண்ணம்மா

Looking for the eternal nights

To cherish the moment when

My face get drowned

With sweat filled

Of your chest cavity

My Kannamma!

கதிர் கார்க்க

உன் உதடுகளால்
ஊடல் கொள்ள வை
அன்பு செய்
அதட்டல் மொழி பேசு
உரிமை உனதென்று
உணர்ந்து கொள்
அணுவாக உன்
காலடியில் நான்
நான்!
உன்னில் மட்டும்
தெய்வம் உணர்கிறேன்
கண்ணம்மா

உன் உதடுகளால்
ஊடல் கொள்ள வை

Nisha Kalanjiam

Make me to brawl

With your lips

Make me love

Scold me

Know

your rights on me,

I will be like an atom

Under you foot !

Feeling divinity

Only on you

My Kannamma!

கதிர்   கார்க்க

எழுத்துக்களில் ஏறிய

ஓசைப் போல

உன்னிலே ஊறி

காலம் கழிக்க

ஆசை

கண்ணம்மா

Wishing to pass my life time

As like the phonics

That crumbles upon the words

My Kannamma!

Nisha Kalanjiam

இடி இடித்து
ஓய்ந்த பிறகும்
மழைக்கு தான் ஏங்குவதேனோ?
ஊடல்கள் தீர்ந்த
பிறகும் உன்
அன்புக்கு மனம் ஏங்குவதேனோ?
கண்ணம்மா

As longing for the rain

Even after the crack of thunder

My soul longs for your love

Even after the love quarrel

My Kannamma!

கதிர்   கார்க்க

உன் மனமதை

முழுவதும் படித்து

முடித்து விட

ஆசை தான்

கண்ணம்மா

Desiring

To finish reading

Your thoughts of mind

My Kannamma!

Nisha Kalanjiam

நீயும் நானும் தங்கி சென்ற இடங்களுக்கு பயனப்படுகிறேன்
அன்று,
உறங்கியது போல நடித்துக் கொண்டிருந்த
ஜன்னல் கம்பிகளும்,
மர மேசைகளும்,
பஞ்சு மெத்தைகளும்,
என் காதுக்குள்
நம் காதல் காட்சிகளை கூறுகிறது
அவள் எங்கே என உனை விசாரிக்கிறது
கண்ணம்மா!

On that day

I journeyed to the places

Adorned with

windows bars

Wooden tables,

Cotton mattress

Which were pretended asleep that day,

Now mourning our

Love scenery

In my ears

By asking where she is

My Kannamma !

கதிர் கார்க்கி

ஆழியடி நீ எனக்கு
ஆழிவித்து நான் உனக்கு
பூச்சியடி நீ எனக்கு
பூக்கும் மலர் நான் உனக்கு
மதலை மொழி நீ எனக்கு
குழந்தையடி நான் உனக்கு
பேசும் கிளி நீ எனக்கு
பச்சை நிறம் நான் உனக்கு

ஏதுமற்ற போதினிலும்
எனைக் கொஞ்சும் தாரகையே!
வானமுட்ட காதல் செய்யும்
எந்தன் உயிரே கண்ணம்மா!

வானக்குரல் நீ எனக்கு
வெள்ளை ஒளி நான் உனக்கு
மாயையடி நீ எனக்கு
காதலடி நான் உனக்கு
ஆடியடி நீ எனக்கு
பிம்பமடி நான் உனக்கு

பாடல் மொழி ஆனவளே
பாவை மலரே கண்ணம்மா!
என்னில் நிறைந்தென்னவளே
எந்தன் அருளே கண்ணம்மா!

Nisha Kalanjiam

As you are the abyss for me,

I am the precious pearl for you

As you are the beetle for me,

I am the blossoming flower for you

As you are an infantile speech for me,

I am the offspring of your love.

As you are the squawking parrot,

I am the vibrant green that complements you !

Even though there's nothing,

Your charming and loving presence

Transcends the sky,

my dear Kannamma!

As you are the crash of thunder for me,

I am the flash of lightning for you."

As you are the illusion for me,

I am the embodiment of love for you

As you are the mirror for me,

I am the reflection, a replica of you!

You, the language of song,

Have filled my life with grace and love

My precious flower, Kannamma !

கதிர் கார்க்க

9 788119 332717